I0053960

ಮಾಥಿಯಾಸ್ ಫೀಲ್ಡರ್

ನಾವೀನ್ಯತೆಯ ರಿಯಲ್ ಎಸ್ಟೇಟ್ ಹೊಂದಾಣಿಕೆಯ ಪರಿಕಲ್ಪನೆ ರಿಯಲ್ ಎಸ್ಟೇಟ್ ದಳ್ಳಾಳಿಕೆಯನ್ನು ಸುಲಭಗೊಳಿಸುವುದು

ರಿಯಲ್ ಎಸ್ಟೇಟ್ ಹೊಂದಾಣಿಕೆ ಒಂದು ನಾವೀನ್ಯತೆಯಿರುವ ರಿಯಲ್ ಎಸ್ಟೇಟ್ ಹೊಂದಾಣಿಕೆಯ ಪೋರ್ಟಲ್ ಜೊತೆ ದಕ್ಷವಾದ, ಸುಲಭವಾದ ಹಾಗೂ ವೃತ್ತಿಪರ ರಿಯಲ್ ಎಸ್ಟೇಟ್ ದಳ್ಳಾಳಿಕೆ

ಪ್ರಕಟಣೆಯ ವಿವರಗಳು - ಇಂಪ್ರೆಸಮ್ | ಕಾನೂನಿನ ನೋಟೀಸು

1. ಆವೃತ್ತಿ ಮುದ್ರಣ-ಪುಸ್ತಕವಾಗಿ | ಫೆಬ್ರವರಿ 2017
(ಮೂಲತಃ ಜರ್ಮನಿಯಲ್ಲಿ ಡಿಸೆಂಬರ್ 2016ರಲ್ಲಿ ಪ್ರಕಟಿಸಲಾಗಿದೆ)

© 2016 ಮಾಥಿಯಾಸ್ ಫೀಲ್ಡರ್

ಮಾಥಿಯಾಸ್ ಫೀಲ್ಡರ್
ಎರಿಕಾ-ವಾನ್-ಬ್ರಾಕ್‌ಡಾರ್ಫ್-ಎಸ್‌ಟಿಆರ್. 19
41352 ಕೋರ್ಷೆನ್‌ಬ್ರಾಯಿಚ್
ಜರ್ಮನಿ
www.matthiasfiedler.net

ಮುದ್ರಣ ಹಾಗೂ ಉತ್ಪಾದನೆ
ಕೊನೆಯ ಪುಟದಲ್ಲಿ ಪ್ರಕಾಶಕರ ಮುದ್ರೆಯನ್ನು ನೋಡಿ.

ಮುಖಪುಟ ವಿನ್ಯಾಸ ಮಾಥಿಯಾಸ್ ಫೀಲ್ಡರ್
ಇಮೇಲ್-ಬುಕ್‌ನ ರಚನೆ ಮಾಥಿಯಾಸ್ ಫೀಲ್ಡರ್

ಐಎಸ್‌ಬಿಎನ್-13 (ಪೇಪರ್‌ಬ್ಯಾಕ್) 978-3-947184-54-5
ಐಎಸ್‌ಬಿಎನ್-13 (ಎ-ಬುಕ್-ಮೊಬಿ) 978-3-947128-13-6
ಐಎಸ್‌ಬಿಎನ್-13 (ಎ-ಬುಕ್-ಇಪಬ್) 978-3-947128-14-3

ಡ್ಯೂಶ್ ನ್ಯಾಶನಲ್‌ಬೈಬ್ಲಿಯೋಥೆಕ್‌ನ ಗ್ರಂಥಸೂಚಿಯ ಮಾಹಿತಿ:
ಡ್ಯೂಶ್ ನ್ಯಾಶನಲ್‌ಬೈಬ್ಲಿಯೋಥೆಕ್ ಈ ಪ್ರಕಟಣೆಯನ್ನು ಡ್ಯೂಶ್ ನ್ಯಾಶನಲ್‌ಬೈಬ್ಲಿಯೋಗ್ರಾಫೀಯಲ್ಲಿ ದಾಖಲಿಸುತ್ತದೆ; ವಿವರವಾದ ಗ್ರಂಥಸೂಚಿಯ ದತ್ತಾಂಶವು ಅಂತರ್ಜಾಲದಲ್ಲಿ http://dnb.d-nb.deರಲ್ಲಿ ಲಭ್ಯವಿದೆ.

ಸಾರಾಂಶ

ಈ ಪುಸ್ತಕವು ಒಂದು ಜಾಗತಿಕ ರಿಯಲ್ ಎಸ್ಟೇಟ್ ಹೊಂದಾಣಿಕೆಯ ಪೋರ್ಟಲ್‌ನ (ಆಪ್) ಕ್ರಾಂತಿಕಾರಿ ಪರಿಕಲ್ಪನೆಯನ್ನು ವಿವರಿಸುತ್ತಿದ್ದು ಇದು ಗಣನೆಗೆ ತೆಗೆದುಕೊಳ್ಳಬಹುದಾದ ಮಾರಾಟದ ಸಾಧ್ಯತೆಯ (ಶತಕೋಟಿ ಡಾಲರುಗಳು) ಲೆಕ್ಕಾಚಾರದ ಜೊತೆಗೆ ಬರುತ್ತದೆ ಹಾಗೂ ಇದನ್ನು ರಿಯಲ್ ಎಸ್ಟೇಟ್ ಮೌಲ್ಯಮಾಪನವೂ (ಟ್ರಿಲಿಯನ್ ಡಾಲರ್ ಮಾರಾಟದ ಸಾಧ್ಯತೆ) ಸೇರಿದಂತೆ ರಿಯಲ್ ಎಸ್ಟೇಟ್ ಏಜೆನ್ಸಿ ತಂತ್ರಾಂಶದಲ್ಲಿ ಏಕೀಕೃತಗೊಳಿಸಲಾಗಿದೆ.

ಇದರರ್ಥ ನಿವಾಸಯೋಗ್ಯ ಅಥವಾ ವಾಣಿಜ್ಯಿಕ ರಿಯಲ್ ಎಸ್ಟೇಟ್ ಅನ್ನು, ಅದು ಮಾಲಕತ್ವದ್ದಾಗಿರಲಿ ಅಥವಾ ಬಾಡಿಗೆಯದಾಗಿರಲಿ, ಅಧಿಕೃತವಾಗಿ ದಳ್ಳಾಳಿಕೆ ಮಾಡಬಹುದು ಹಾಗೂ ಇದನ್ನು ಸಮಯ ಉಳಿಸುವ ರೀತಿಯಲ್ಲಿ ಮಾಡಬಹುದು. ಇದು ಎಲ್ಲ ರಿಯಲ್ ಎಸ್ಟೇಟ್ ಏಜೆಂಟ್‌ಗಳು ಹಾಗೂ ಆಸ್ತಿ ಮಾಲಕರಿಗೆ ನಾವೀನ್ಯಪೂರ್ಣ ಹಾಗೂ ವೃತ್ತಿಪರ ರಿಯಲ್ ಎಸ್ಟೇಟ್ ದಳ್ಳಾಳಿಕೆಯಾಗಿದೆ. ರಿಯಲ್ ಎಸ್ಟೇಟ್ ಹೊಂದಾಣಿಕೆಯು ಬಹುತೇಕ ಎಲ್ಲ ರಾಷ್ಟ್ರಗಳಲ್ಲೂ ಹಾಗೂ ದೇಶಗಳ ನಡುವೆಯೂ ಕೆಲಸ ಮಾಡುತ್ತದೆ.

ಖರೀದಿದಾರರಿಗೆ ಅಥವಾ ಬಾಡಿಗೆದಾರರಿಗೆ ಆಸ್ತಿಯನ್ನು "ತರುವ" ಬದಲು, ಒಂದು ರಿಯಲ್ ಎಸ್ಟೇಟ್ ಹೊಂದಾಣಿಕೆಯ ಪೋರ್ಟಲ್‌ನಿಂದ ಸಂಭವನೀಯ

ಖರೀದಿದಾರರು ಅಥವಾ ಬಾಡಿಗೆದಾರರನ್ನು ಅರ್ಹಗೊಳಿಸಬಹುದು (ಪ್ರೊಫೈಲ್ ಹುಡುಕಿ) ಹಾಗೂ ನಂತರ ರಿಯಲ್ ಎಸ್ಟೇಟ್ ಏಜೆಂಟ್‌ಗಳು ನೀಡುವ ಆಸ್ತಿಗಳಿಗೆ ಹೊಂದಿಸಬಹುದು ಹಾಗೂ ಸಂಪರ್ಕಿಸಬಹುದು.

ವಿಷಯಗಳು

ಪೀಠಿಕೆ

2011ರಲ್ಲಿ ನಾನು ಈ ಕೆಳಗೆ ವಿವರಿಸಲಾದ ಒಂದು ನಾವೀನ್ಯತೆಯಿರುವ ರಿಯಲ್ ಎಸ್ಟೇಟ್ ಹೊಂದಾಣಿಕೆಯ ವಿಧಾನದ ಆಲೋಚನೆಯನ್ನು ರಚಿಸಿ ಅಭಿವೃದ್ಧಿಪಡಿಸಿದೆ.

1998ರಿಂದ ನಾನು ರಿಯಲ್ ಎಸ್ಟೇಟ್ ವ್ಯಾಪಾರದಲ್ಲಿದ್ದೇನೆ (ರಿಯಲ್ ಎಸ್ಟೇಟ್ ದಳ್ಳಾಳಿಕೆ, ಖರೀದಿ ಹಾಗೂ ಮಾರಾಟ, ಮೌಲ್ಯಮಾಪನ, ಬಾಡಿಗೆ, ಹಾಗೂ ಆಸ್ತಿ ಅಭಿವೃದ್ಧಿಯೂ ಸೇರಿದಂತೆ) ನಾನೊಬ್ಬ ಸ್ಥಿರಾಸ್ತಿ ಏಜೆಂಟ್ (ಐಎಚ್‌ಕೆ), ರಿಯಲ್ ಎಸ್ಟೇಟ್ ಅರ್ಥಶಾಸ್ತ್ರಜ್ಞ (ಎಡಿಐ) ಹಾಗೂ ರಿಯಲ್ ಎಸ್ಟೇಟ್ ಪ್ರಗತಿಯ ಬಗೆಗಿನ ಪ್ರಮಾಣಿತ ತಜ್ಞನಾಗಿದ್ದೇನೆ (ಡಿಇಕೆಆರ್‌ಎ) ಹಾಗೂ ರಾಯಲ್ ಇನ್‌ಸ್ಟಿಟ್ಯೂಟ್ ಆಫ್ ಚಾರ್ಟರ್ಡ್ ಸರ್ವೇಯರ್ಸ್‌ನ ಅಂತರಾಷ್ಟ್ರೀಯ ಮಾನ್ಯತೆ ಪಡೆದ ರಿಯಲ್ ಎಸ್ಟೇಟ್ ಸಂಘದ ಒಬ್ಬ ಸದಸ್ಯನೂ ಆಗಿದ್ದೇನೆ.

ಮಾಥಿಯಾಸ್ ಫೀಲ್ಡರ್

ಕೋರ್ಷೆನ್‌ಬ್ರಾಯಿಚ್, 10/31/2016

www.matthiasfiedler.net

1. ನಾವೀನ್ಯತೆಯ ರಿಯಲ್ ಎಸ್ಟೇಟ್ ಹೊಂದಾಣಿಕೆಯ ಪರಿಕಲ್ಪನೆ ರಿಯಲ್ ಎಸ್ಟೇಟ್ ದಳ್ಳಾಳಿಕೆಯನ್ನು ಸುಲಭಗೊಳಿಸುವುದು

ರಿಯಲ್ ಎಸ್ಟೇಟ್ ಹೊಂದಾಣಿಕೆ ಒಂದು ನಾವೀನ್ಯತೆಯಿರುವ ರಿಯಲ್ ಎಸ್ಟೇಟ್ ಹೊಂದಾಣಿಕೆಯ ಪೋರ್ಟಲ್ ಜೊತೆ ದಕ್ಷವಾದ, ಸುಲಭವಾದ ಹಾಗೂ ವೃತ್ತಿಪರ ರಿಯಲ್ ಎಸ್ಟೇಟ್ ದಳ್ಳಾಳಿಕೆ.

ಖರೀದಿದಾರರಿಗೆ ಅಥವಾ ಬಾಡಿಗೆದಾರರಿಗೆ ಆಸ್ತಿಯನ್ನು "ತರುವ" ಬದಲು, ಒಂದು ರಿಯಲ್ ಎಸ್ಟೇಟ್ ಹೊಂದಾಣಿಕೆಯ ಪೋರ್ಟಲ್-ನಿಂದ (ಆಪ್) ಸಂಭವನೀಯ ಖರೀದಿದಾರರು ಅಥವಾ ಬಾಡಿಗೆದಾರರನ್ನು ಅರ್ಹಗೊಳಿಸಬಹುದು (ಪ್ರೊಫೈಲ್ ಹುಡುಕಿ) ಹಾಗೂ ನಂತರ ರಿಯಲ್ ಎಸ್ಟೇಟ್ ಏಜೆಂಟ್‌ಗಳು ನೀಡುವ ಆಸ್ತಿಗಳಿಗೆ ಹೊಂದಿಸಬಹುದು ಹಾಗೂ ಸಂಪರ್ಕಿಸಬಹುದು.

2. ಸಂಭವನೀಯ ಖರೀದಿದಾರು ಹಾಗೂ ಬಾಡಿಗೆದಾರರು ಹಾಗೂ ಆಸ್ತಿ ಮಾರಾಟಗಾರರ ಉದ್ದೇಶಗಳು

ರಿಯಲ್ ಎಸ್ಟೇಟ್ ಮಾರಾಟಗಾರರು ಹಾಗೂ ಭೂಮಾಲಿಕರ ದೃಷ್ಟಿಕೋನದಿಂದ ಅವರ ಆಸ್ತಿಯನ್ನು ಶೀಘ್ರವಾಗಿ ಹಾಗೂ ಸಾಧ್ಯವಾದಷ್ಟೂ ಹೆಚ್ಚಿನ ಬೆಲೆಗೆ ಮಾರುವುದು ಮುಖ್ಯವಾಗಿರುತ್ತದೆ.

ಸಂಭವನೀಯ ಖರೀದಿದಾರರು ಹಾಗೂ ಬಾಡಿಗೆದಾರರ ದೃಷ್ಟಿಕೋನದಿಂದ ಅವರ ಅಗತ್ಯಗಳನ್ನು ಪೂರೈಸುವ ಸರಿಯಾದ ಆಸ್ತಿಯನ್ನು ಕಂಡುಕೊಳ್ಳುವುದು ಹಾಗೂ ಸಾಧ್ಯವಾದಷ್ಟೂ ಬೇಗ ಹಾಗೂ ಆದಷ್ಟೂ ಸುಲಭವಾಗಿ ಅದನ್ನು ಬಾಡಿಗೆ ಪಡೆಯುವುದು ಅಥವಾ ಖರೀದಿಸುವುದು ಮುಖ್ಯವಾಗಿರುತ್ತದೆ.

3. ರಿಯಲ್ ಎಸ್ಟೇಟ್ ಅನ್ನು ಹುಡುಕಲು ಹಿಂದಿನ ವಿಧಾನಗಳು

ಸಾಮಾನ್ಯವಾಗಿ ಸಂಭವನೀಯ ರಿಯಲ್ ಎಸ್ಟೇಟ್ ಖರೀದಿದಾರರು ಅಥವಾ ಬಾಡಿಗೆದಾರರು ಅವರ ಆದ್ಯತೆಯ ಪ್ರದೇಶಗಳಲ್ಲಿ ಆಸ್ತಿಗಳನ್ನು ಹುಡುಕಲು ದೊಡ್ಡ ಆನ್ಲೈನ್ ರಿಯಲ್ ಎಸ್ಟೇಟ್ ಪೋರ್ಟಲ್ಗಳನ್ನು ಬಳಸುತ್ತಾರೆ. ಅಲ್ಲಿ ಅವರು ಒಮ್ಮೆ ಸೂಕ್ತವಾದ ಸರ್ಚ್ ಪ್ರೊಫೈಲ್ ಅನ್ನು ಮಾಡಿಕೊಂಡ ನಂತರ ಅವರಿಗೆ ಆಸ್ತಿಗಳು ಅಥವಾ ಆಸ್ತಿಗಳ ಸಂಬಂಧಪಟ್ಟ ಲಿಂಕ್ಗಳನ್ನು ಇಮೇಲ್ ಮೂಲಕ ಕಳಿಸುವ ಏರ್ಪಾಡು ಮಾಡಿಕೊಳ್ಳಬಹುದು. ಇದನ್ನು ಸಾಮಾನ್ಯವಾಗಿ 2ರಿಂದ 3 ರಿಯಲ್ ಎಸ್ಟೇಟ್ ಪೋರ್ಟಲ್ಗಳಲ್ಲಿ ಮಾಡಲಾಗುತ್ತದೆ. ನಂತರ ವ್ಯಾಪಾರಿಯನ್ನು ಸಾಮಾನ್ಯವಾಗಿ ಇಮೇಲ್ ಮೂಲಕ ಸಂಪರ್ಕಿಸಲಾಗುತ್ತದೆ. ಇದರ ಫಲಿತಾಂಶವಾಗಿ ಮಾರಾಟಗಾರರು ಅಥವಾ ಭೂಮಾಲಕರು ಆಸಕ್ತರನ್ನು ಸಂಪರ್ಕಿಸುವ ಅವಕಾಶ ಹಾಗೂ ಅನುಮತಿಯನ್ನು ಪಡೆಯುತ್ತಾರೆ. ಇದಲ್ಲದೇ ಸಂಭವನೀಯ ಖರೀದಿದಾರರು ಹಾಗೂ ಬಾಡಿಗೆದಾರರು ಅವರ ಪ್ರದೇಶಗಳಲ್ಲಿನ ವೈಯಕ್ತಿಕ ರಿಯಲ್ ಎಸ್ಟೇಟ್ ಏಜೆಂಟ್ಗಳನ್ನು ಸಂಪರ್ಕಿಸುತ್ತಾರೆ ಹಾಗೂ ಅವರಿಗಾಗಿ ಒಂದು ಸರ್ಚ್ ಪ್ರೊಫೈಲ್ ಅನ್ನು ಸೃಷ್ಟಿಸಲಾಗುತ್ತದೆ.

ರಿಯಲ್ ಎಸ್ಟೇಟ್ ಪೋರ್ಟಲ್ನಲ್ಲಿರುವವರು ಖಾಸಗಿ ಹಾಗೂ ವಾಣಿಜ್ಯಿಕ ರಿಯಲ್ ಎಸ್ಟೇಟ್ ವಲಯಗಳಿಂದ ಬರುತ್ತಾರೆ. ವಾಣಿಜ್ಯಿಕ ಪೂರೈಕೆದಾರರು

ಪ್ರಮುಖವಾಗಿ ರಿಯಲ್ ಎಸ್ಟೇಟ್ ಏಜೆಂಟ್‌ಗಳು ಹಾಗೂ ಕೆಲವು ಸಂದರ್ಭಗಳಲ್ಲಿ ನಿರ್ಮಾಣ ಸಂಸ್ಥೆಗಳು, ರಿಯಲ್ ಎಸ್ಟೇಟ್ ದಳ್ಳಾಳಿಗಳು ಹಾಗೂ ಇತರ ರಿಯಲ್ ಎಸ್ಟೇಟ್ ಕಂಪನಿಗಳಾಗಿರುತ್ತವೆ (ಈ ಪಠ್ಯದಲ್ಲಿ ವಾಣಿಜ್ಯಿಕ ಪೂರೈಕೆದಾರರನ್ನು ರಿಯಲ್ ಎಸ್ಟೇಟ್ ಏಜೆಂಟ್‌ಗಳು ಎಂದು ಕರೆಯಲಾಗುತ್ತದೆ).

4. ಖಾಸಗಿ ಪೂರೈಕೆದಾರರ ಅನಾನುಕೂಲತೆಗಳು/ರಿಯಲ್ ಎಸ್ಟೇಟ್ ಏಜೆಂಟ್‌ಗಳ ಲಾಭಗಳು

ರಿಯಲ್ ಎಸ್ಟೇಟ್ ಆಸ್ತಿಗಳು ಮಾರಾಟಕ್ಕಿದ್ದಾಗ ಖಾಸಗಿ ಮಾರಾಟಗಾರರು ಯಾವತ್ತೂ ತಕ್ಷಣದ ಮಾರಾಟದ ಭರವಸೆ ನೀಡಲಾಗುವುದಿಲ್ಲ. ಉದಾಹರಣೆಗೆ, ಅನುವಂಶಿಕವಾಗಿ ಬಂದ ಆಸ್ತಿಯಿದ್ದಲ್ಲಿ ವಾರಸುದಾರರಲ್ಲಿ ಒಮ್ಮತವಿರದೇ ಇರಬಹುದು ಅಥವಾ ಅನುವಂಶಿಕತೆಯ ಪ್ರಮಾಣಪತ್ರ ಇಲ್ಲದಿರಬಹುದು. ಇದಲ್ಲದೇ, ನಿವಾಸದ ಹಕ್ಕಿನಂಥ ಅಸ್ಪಷ್ಟ ಕಾನೂನಿನ ತೊಡಕುಗಳು ಮಾರಾಟವನ್ನು ಹೆಚ್ಚು ಸಂಕೀರ್ಣವಾಗಿಸಬಹುದು.

ಬಾಡಿಗೆಯ ಆಸ್ತಿಗಳಿಗೆ, ಖಾಸಗಿ ಭೂಮಾಲಕರು ಅಧಿಕೃತ ಅನುಮತಿಗಳನ್ನು ಪಡೆಯದೇ ಇರಬಹುದು, ಉದಾಹರಣೆಗೆ ವಾಣಿಜ್ಯಿಕ ಸ್ಥಳವನ್ನು ಮನೆಯನ್ನಾಗಿ ಪಡೆಯಲು ಅಗತ್ಯವಿರುವಂಥದ್ದು.

ರಿಯಲ್ ಎಸ್ಟೇಟ್ ಏಜೆಂಟ್ ಪೂರೈಕೆದಾರರಾಗಿ ಕೆಲಸ ಮಾಡುತ್ತಿದ್ದಾಗ, ಅವರು ಸಾಮಾನ್ಯವಾಗಿ ಹಿಂದೆ ಪ್ರಸ್ತಾಪಿಸಿದ ಅಂಶಗಳನ್ನು ಸ್ಪಷ್ಟಪಡಿಸಿರುತ್ತಾರೆ. ಅಲ್ಲದೇ ಎಲ್ಲಾ ಸಂಬಂಧಪಟ್ಟ ರಿಯಲ್ ಎಸ್ಟೇಟ್ ಕಾಗದಪತ್ರಗಳು (ಫ್ಲೋರ್ ಪ್ಲಾನ್, ಇಂಧನ ಪ್ರಮಾಣಪತ್ರ, ಟೈಟ್ಲ್ ದಾಖಲಾತಿ, ಅಧಿಕೃತ ಕಡತಗಳು ಇತ್ಯಾದಿ) ಸಾಮಾನ್ಯವಾಗಿ ಆಗಲೇ ಲಭ್ಯವಿರುತ್ತವೆ. ಇದರ ಪರಿಣಾಮವಾಗಿ ಮಾರಾಟ ಅಥವಾ ಬಾಡಿಗೆ

ನೀಡುವುದನ್ನು   ಬೇಗನೇ   ಯಾವುದೇ   ತೊಡಕುಗಳಿಲ್ಲದೇ

ಪೂರ್ಣಗೊಳಿಸಬಹುದು.

5. ರಿಯಲ್ ಎಸ್ಟೇಟ್ ಹೊಂದಾಣಿಕೆ

ಆಸಕ್ತಿಯಿರುವ ಖರೀದಿದಾರರು ಅಥವಾ ಬಾಡಿಗೆದಾರರನ್ನು ಮಾರಾಟಗಾರರು ಅಥವಾ ಭೂಮಾಲಕರ ಜೊತೆ ಸಾಧ್ಯವಾದಷ್ಟೂ ಬೇಗನೇ ಹಾಗೂ ಸಮರ್ಥವಾಗಿ ಹೊಂದಿಸಲು ಸಾಮಾನ್ಯವಾಗಿ ಒಂದು ವ್ಯವಸ್ಥಿತವಾದ ಹಾಗೂ ವೃತ್ತಿಪರ ಧೋರಣೆ ಮುಖ್ಯವಾಗುತ್ತದೆ.
ಇಲ್ಲಿ ಇದನ್ನು ರಿಯಲ್ ಎಸ್ಟೇಟ್ ಏಜೆಂಟ್‌ಗಳು ಹಾಗೂ ಆಸಕ್ತಿ ಹೊಂದಿದ ಪಕ್ಷಗಳ ನಡುವಿನ ಶೋಧನೆ ಹಾಗೂ ಕಂಡುಹಿಡಿಯುವಿಕೆಯ ಧೋರಣೆಯ (ಅಥವಾ ವಿಧಾನದ) ವಿರುದ್ಧವಾಗಿ ಕೆಲಸ ಮಾಡುವ ಮೂಲಕ ಮಾಡಲಾಗುತ್ತದೆ. ಅಂದರೆ ಖರೀದಿದಾರರಿಗೆ ಅಥವಾ ಬಾಡಿಗೆದಾರರಿಗೆ ಆಸ್ತಿಯನ್ನು "ತರುವ" ಬದಲು, ಒಂದು ರಿಯಲ್ ಎಸ್ಟೇಟ್ ಹೊಂದಾಣಿಕೆಯ ಪೋರ್ಟಲ್‌ನಿಂದ (ಆಪ್) ಸಂಭವನೀಯ ಖರೀದಿದಾರರು ಅಥವಾ ಬಾಡಿಗೆದಾರರನ್ನು ಅರ್ಹಗೊಳಿಸಬಹುದು (ಪ್ರೊಫೈಲ್ ಹುಡುಕಿ) ಹಾಗೂ ನಂತರ ರಿಯಲ್ ಎಸ್ಟೇಟ್ ಏಜೆಂಟ್‌ಗಳು ನೀಡುವ ಆಸ್ತಿಗಳಿಗೆ ಹೊಂದಿಸಬಹುದು ಹಾಗೂ ಸಂಪರ್ಕಿಸಬಹುದು.

ಮೊದಲ ಹಂತದಲ್ಲಿ ಸಂಭವನೀಯ ಖರೀದಿದಾರರು ಅಥವಾ ಬಾಡಿಗೆದಾರರು ರಿಯಲ್ ಎಸ್ಟೇಟ್ ಹೊಂದಾಣಿಕೆಯ ಪೋರ್ಟಲ್‌ನಲ್ಲಿ ಒಂದು ನಿರ್ದಿಷ್ಟವಾದ

ಸರ್ಚ್ ಪ್ರೊಫೈಲ್ ಅನ್ನು ಅಳವಡಿಸುತ್ತಾರೆ. ಸರ್ಚ್ ಪ್ರೊಫೈಲ್‌ನಲ್ಲಿ ಸುಮಾರು 20 ಗುಣಲಕ್ಷಣಗಳಿರುತ್ತವೆ. ಕೆಳಗಿನ ಗುಣಲಕ್ಷಣಗಳನ್ನು ಸೇರಿಸಬಹುದು (ಇದು ಸಂಪೂರ್ಣ ಪಟ್ಟಿಯಲ್ಲ) ಹಾಗೂ ಇವು ಸರ್ಚ್ ಪ್ರೊಫೈಲ್‌ಗೆ ಅವಶ್ಯಕವಾಗಿರುತ್ತವೆ.

- ಪ್ರದೇಶ/ಪೋಸ್ಟಲ್ ಕೋಡ್/ನಗರ

- ವಸ್ತುವಿನ ಪ್ರಕಾರ

- ಆಸ್ತಿಯ ಪ್ರಕಾರ

- ವಾಸದ ಪ್ರದೇಶ

- ಖರೀದಿಯ ಬೆಲೆ / ಬಾಡಿಗೆ

- ನಿರ್ಮಾಣದ ವರ್ಷ

- ಕಥೆಗಳು

- ಕೋಣೆಗಳ ಸಂಖ್ಯೆ

- ಬಾಡಿಗೆ ನೀಡಲಾಗಿದೆ (ಹೌದು/ಇಲ್ಲ)

- ನೆಲಮಹಡಿ (ಹೌದು/ಇಲ್ಲ)

- ಬಾಲ್ಕನಿ (ಹೌದು/ಇಲ್ಲ)

- ಹೀಟಿಂಗ್‌ನ ವಿಧಾನ

- ಪಾರ್ಕಿಂಗ್ ಸ್ಥಳ (ಹೌದು/ಇಲ್ಲ)

ಇಲ್ಲಿ ಮುಖ್ಯವೆಂದರೆ ಗುಣಲಕ್ಷಣಗಳನ್ನು ಸ್ವತಃ ನಮೂದಿಸದೇ ಸೂಕ್ತ ಕ್ಷೇತ್ರಗಳನ್ನು (ಉದಾ., ಆಸ್ತಿಯ ಪ್ರಕಾರ) ಪೂರ್ವನಿರ್ಧಾರಿತ ಸಾಧ್ಯತೆಗಳು/ಆಯ್ಕೆಗಳ (ಆಸ್ತಿಯ ಪ್ರಕಾರಕ್ಕೆ: ಅಪಾರ್ಟ್ಮೆಂಟ್, ಒಂದೇ ಕುಟುಂಬವಿರುವ ಮನೆ, ಗೋದಾಮು, ಕಛೇರಿ, ಇತ್ಯಾದಿ) ಪಟ್ಟಿಯಿಂದ ಕ್ಲಿಕ್ ಮಾಡುವ ಮೂಲಕ ಅಥವಾ ತೆರೆಯುವ ಮೂಲಕ ಆರಿಸಲಾಗುತ್ತದೆ.

ಬಯಸಿದಲ್ಲಿ ಆಸಕ್ತಿ ಹೊಂದಿದ ಪಕ್ಷಗಳು ಹೆಚ್ಚುವರಿ ಸರ್ಚ್ ಪ್ರೊಫೈಲ್‌ಗಳನ್ನು ಅಳವಡಿಸಬಹುದು. ಸರ್ಚ್ ಪ್ರೊಫೈಲ್ ಅನ್ನು ಬದಲಾಯಿಸಲೂ ಸಾಧ್ಯವಿದೆ.

ಅಲ್ಲದೇ ಸಂಭವನೀಯ ಖರೀದಿದಾರರು ಅಥವಾ ಬಾಡಿಗೆದಾರರು ನಿರ್ದಿಷ್ಟಪಡಿಸಿದ ಕ್ಷೇತ್ರಗಳಲ್ಲಿ ಸಂಪೂರ್ಣ ಸಂಪರ್ಕ ದತ್ತಾಂಶವನ್ನು ನಮೂದಿಸುತ್ತಾರೆ. ಇದು ಕೊನೆಯ ಹೆಸರು, ಮೊದಲ ಹೆಸರು, ಮನೆ ಸಂಖ್ಯೆ, ಪೋಸ್ಟಲ್ ಕೋಡ್, ನಗರ, ದೂರವಾಣಿ, ಹಾಗೂ ಇಮೇಲ್ ವಿಳಾಸಗಳನ್ನು ಒಳಗೊಂಡಿರುತ್ತದೆ.

ಇದಕ್ಕೆ ಸಂಬಂಧಿಸಿದಂತೆ ಆಸಕ್ತಿ ಹೊಂದಿದವರು ರಿಯಲ್ ಎಸ್ಟೇಟ್ ಏಜೆಂಟ್‌ಗಳಿಂದ ಹೊಂದುವ ಆಸ್ತಿಗಳಿಗಾಗಿ ಅವರನ್ನು ಸಂಪರ್ಕಿಸಲು ಅವರ ಅನುಮತಿ ನೀಡುತ್ತಾರೆ.

ಆಸಕ್ತಿ ಹೊಂದಿರುವವರು ಈ ಮೂಲಕ ರಿಯಲ್ ಎಸ್ಟೇಟ್ ಹೊಂದಾಣಿಕೆಯ ಪೋರ್ಟಲ್‌ನ ಆಪರೇಟರ್ ಜೊತೆಗೆ ಒಂದು ಒಪ್ಪಂದವನ್ನೂ ಮಾಡಿಕೊಳ್ಳುತ್ತಾರೆ.

ಮುಂದಿನ ಹಂತದಲ್ಲಿ ಸಂಪರ್ಕ ಹೊಂದಿದ ರಿಯಲ್ ಎಸ್ಟೇಟ್ ಏಜೆಂಟ್‌ಗಳಿಗೆ ಸರ್ಚ್ ಪ್ರೊಫೈಲ್ ಅನ್ನು ಒಂದು ಅಪ್ಲಿಕೇಷನ್ ಪ್ರೋಗ್ರಾಮಿಂಗ್ ಇಂಟರ್‌ಫೇಸ್ (ಎಪಿಐ) ಮೂಲಕ ಲಭ್ಯಗೊಳಿಸಲಾಗುತ್ತದೆ – ಉದಾಹರಣೆಗೆ ಇದು ಜರ್ಮನ್ ಪ್ರೋಗ್ರಾಮಿಂಗ್ ಇಂಟರ್‌ಫೇಸ್ ಆದ "ಓಪನಿಮೋ" ಗೆ ಹೊಂದುವಂತಿದೆ. ಈ ಪ್ರೋಗ್ರಾಮಿಂಗ್ ಇಂಟರ್‌ಫೇಸ್ ಮೂಲಭೂತವಾಗಿ ಅಳವಡಿಕೆಗೆ ಮುಖ್ಯವಾಗಿದ್ದು ಇದು ಪ್ರಸ್ತುತ ಬಳಕೆಯಲ್ಲಿರುವ ಬಹುತೇಕ ಎಲ್ಲ ರಿಯಲ್ ಎಸ್ಟೇಟ್ ತಂತ್ರಾಂಶಗಳ ವರ್ಗಾವಣೆಯನ್ನೂ ಬೆಂಬಲಿಸುವುದು ಇಲ್ಲಿ ಮುಖ್ಯವಾಗಿದೆ. ಹೀಗಲ್ಲದಿದ್ದಲ್ಲಿ ಇದನ್ನು ತಾಂತ್ರಿಕವಾಗಿ ಸಾಧ್ಯವಾಗಿಸಬೇಕು. ಮೇಲೆ ಹೇಳಿದಂಥ "ಓಪನಿಮೋ" ದಂಥ ಪ್ರೋಗ್ರಾಮಿಂಗ್ ಇಂಟರ್‌ಫೇಸ್‌ಗಳು ಹಾಗೂ ಬೇರೆಯವು ಈಗಾಗಲೇ ಬಳಕೆಯಲ್ಲಿರುವುದರಿಂದ ಸರ್ಚ್ ಪ್ರೊಫೈಲ್ ಅನ್ನು ವರ್ಗಾಯಿಸಲು ಸಾಧ್ಯವಾಗಬೇಕು.

ಈಗ ರಿಯಲ್ ಎಸ್ಟೇಟ್ ಏಜೆಂಟ್‌ಗಳು ಅವರ ಪ್ರೊಫೈಲ್ ಅನ್ನು ಪ್ರಸ್ತುತ ಮಾರುಕಟ್ಟೆಯಲ್ಲಿರುವ ಆಸ್ತಿಗಳ ಜೊತೆ ಹೊಂದಿಸುತ್ತಾರೆ. ಈ ಉದ್ದೇಶಕ್ಕಾಗಿ

ಆಸ್ತಿಗಳನ್ನು ರಿಯಲ್ ಎಸ್ಟೇಟ್ ಹೊಂದಾಣಿಕೆಯ ಪೋರ್ಟಲ್‌ಗೆ ಅಪ್‌ಲೋಡ್ ಮಾಡಲಾಗುತ್ತದೆ ಹಾಗೂ ಇವುಗಳನ್ನು ಸೂಕ್ತ ಗುಣಲಕ್ಷಣಗಳಿಗೆ ಹೊಂದಿಸಿ ಜೋಡಿಸಲಾಗುತ್ತದೆ.

ಹೊಂದಾಣಿಕೆ ಪೂರ್ಣಗೊಂಡ ನಂತರ ಶೇಕಡಾವಾರಿನಲ್ಲಿ ಹೊಂದಾಣಿಕೆಯನ್ನು ಪ್ರದರ್ಶಿಸುವ ಒಂದು ವರದಿಯನ್ನು ತಯಾರಿಸಲಾಗುತ್ತದೆ. 50% ಹೊಂದಾಣಿಕೆಯ ಜೊತೆ ಪ್ರಾರಂಭವಾಗುವ ಈ ಸರ್ಚ್ ಪ್ರೊಫೈಲ್‌ಗಳನ್ನು ರಿಯಲ್ ಎಸ್ಟೇಟ್ ಏಜೆನ್ಸಿ ತಂತ್ರಾಂಶಕ್ಕೆ ಲಭ್ಯಗೊಳಿಸಲಾಗುತ್ತದೆ.

ವೈಯಕ್ತಿಕ ಗುಣಲಕ್ಷಣಗಳನ್ನು ಒಂದಕ್ಕೊಂದು ಹೋಲಿಸಲಾಗುತ್ತದೆ (ಪಾಯಿಂಟ್ ವ್ಯವಸ್ಥೆ) ಹಾಗೂ ಗುಣಲಕ್ಷಣಗಳನ್ನು ಹೋಲಿಸಿದ ನಂತರ ಹೊಂದಾಣಿಕೆಗೆ ಒಂದು ಶೇಕಡಾವಾರನ್ನು (ಹೊಂದಾಣಿಕೆಯ ಸಾಧ್ಯತೆ) ನಿರ್ಧರಿಸಲಾಗುತ್ತದೆ. ಉದಾಹರಣೆಗೆ, "ಆಸ್ತಿಯ ಲಕ್ಷಣ" ಎನ್ನುವ ಗುಣಲಕ್ಷಣವನ್ನು "ವಾಸದ ಪ್ರದೇಶ" ಎನ್ನುವ ಗುಣಲಕ್ಷಣಕ್ಕಿಂತ ಹೆಚ್ಚಾಗಿ ಪರಿಗಣಿಸಲಾಗುತ್ತದೆ. ಇದಲ್ಲದೇ ಆಸ್ತಿಯು ಹೊಂದಿರಬಹುದಾದ ಕೆಲವು ಗುಣಲಕ್ಷಣಗಳನ್ನು (ಉದಾ: ನೆಲಮಹಡಿ) ಆರಿಸಲಾಗುತ್ತದೆ.

ಹೊಂದಿಸಲು ಗುಣಲಕ್ಷಣಗಳನ್ನು ಹೊಂದಾಣಿಕೆ ಮಾಡುವಾಗ ರಿಯಲ್ ಎಸ್ಟೇಟ್ ಏಜೆಂಟ್‌ಗಳು ತಮ್ಮ ಬಯಸಿದ (ಬುಕ್ ಮಾಡಿದ) ಪ್ರದೇಶಗಳಿಗೆ ಮಾತ್ರ ಪ್ರವೇಶ ಹೊಂದಿರುತ್ತಾರೆನ್ನುವುದನ್ನೂ ಖಚಿತಪಡಿಸಿಕೊಳ್ಳಬೇಕು. ಇದು

ದತ್ತಾಂಶ ಹೊಂದಾಣಿಕೆಯ ಪ್ರಯತ್ನಗಳನ್ನು ಕಡಿಮೆ ಮಾಡುತ್ತದೆ. ರಿಯಲ್ ಎಸ್ಟೇಟ್ ಏಜೆನ್ಸಿಗಳು ಪದೇ ಪದೇ ಪ್ರಾದೇಶಿಕ ಆಧಾರದ ಮೇಲೆ ಕೆಲಸ ಮಾಡುವುದರಿಂದ ಇದು ವಿಶೇಷವಾಗಿ ಮುಖ್ಯವಾಗಿದೆ. ಕ್ಲೌಡ್ ಸೊಲ್ಯೂಷನ್ಸ್ ಮೂಲಕ ದೊಡ್ಡ ಪ್ರಮಾಣದ ದತ್ತಾಂಶವನ್ನು ಶೇಖರಿಸುವುದು ಹಾಗೂ ಸಂಸ್ಕರಿಸುವುದು ಸಾಧ್ಯವೆನ್ನುವುದನ್ನು ಇಲ್ಲಿ ನಾವು ಗಮನಿಸಬೇಕಾಗಿದೆ.

ವೃತ್ತಿಪರ ರಿಯಲ್ ಎಸ್ಟೇಟ್ ದಳ್ಳಾಳಿಕೆಯನ್ನು ಖಚಿತಪಡಿಸಲು, ಕೇವಲ್ ರಿಯಲ್ ಎಸ್ಟೇಟ್ ಏಜೆಂಟ್‌ಗಳು ಮಾತ್ರ ಸರ್ಚ್ ಪ್ರೊಫೈಲ್‌ಗಳಿಗೆ ಪ್ರವೇಶ ಹೊಂದಿರುತ್ತಾರೆ.

ಈ ಬದಿಯಲ್ಲಿ ರಿಯಲ್ ಎಸ್ಟೇಟ್ ಏಜೆಂಟ್‌ಗಳು ರಿಯಲ್ ಎಸ್ಟೇಟ್ ಹೊಂದಾಣಿಕೆಯ ಪೋರ್ಟಲ್‌ನ ಆಪರೇಟರ್ ಜೊತೆಗೆ ಒಂದು ಒಪ್ಪಂದವನ್ನು ಮಾಡಿಕೊಳ್ಳುತ್ತಾರೆ.

ಸೂಕ್ತ ಹೊಂದಿಕೆ/ಹೊಂದಾಣಿಕೆಯ ನಂತರ, ರಿಯಲ್ ಎಸ್ಟೇಟ್ ಏಜೆಂಟ್ ಆಸಕ್ತಿ ಹೊಂದಿರುವವರನ್ನು ಸಂಪರ್ಕಿಸಬಹುದು, ಹಾಗೂ ಇದೇ ಸಮಯದಲ್ಲಿ ಆಸಕ್ತಿ ಹೊಂದಿರುವವರು ರಿಯಲ್ ಎಸ್ಟೇಟ್ ಏಜೆನ್ಸಿಯನ್ನೂ ಸಂಪರ್ಕಿಸಬಹುದು. ರಿಯಲ್ ಎಸ್ಟೇಟ್ ಏಜೆಂಟ್ ಸಂಭವನೀಯ

ಖರೀದಿದಾರರು ಅಥವಾ ಬಾಡಿಗೆದಾರರಿಗೆ ಒಂದು ವರದಿ ಕಳಿಸಿದ್ದಲ್ಲಿ, ಇದರರ್ಥ ಮಾರಾಟ ಅಥವಾ ಭೋಗ್ಯವು ಪೂರ್ಣಗೊಂಡಲ್ಲಿ ಕಮಿಷನ್‌ಗಾಗಿನ ಚಟುವಟಿಕೆಯ ವರದಿ ಅಥವಾ ಏಜೆಂಟ್‌ರ ಕ್ಲೇಮ್ ಅನ್ನು ದಾಖಲಿಸಲಾಗುತ್ತದೆಂದರ್ಥ.

ಇದು ರಿಯಲ್ ಎಸ್ಟೇಟ್ ಏಜೆಂಟ್ ಅನ್ನು ಆಸ್ತಿಯ ಮಾಲಕರು (ಮಾರಾಟಗಾರರು ಅಥವಾ ಭೂಮಾಲಕರು) ನೇಮಿಸಿಕೊಂಡಿದ್ದಾರೆನ್ನುವ ಅಥವಾ ಆಸ್ತಿಯನ್ನು ಒದಗಿಸಲು ಅವರಿಗೆ ಅನುಮತಿ ನೀಡಲಾಗಿದೆಯೆನ್ನುವ ನಿಯಮದ ಮೇಲೆ ಕೆಲಸ ಮಾಡುತ್ತದೆ.

6. ಬಳಕೆಯ ವ್ಯಾಪ್ತಿ

ಇಲ್ಲಿ ವಿವರಿಸಿದ ರಿಯಲ್ ಎಸ್ಟೇಟ್ ಹೊಂದಾಣಿಕೆಯು ನಿವಾಸಯೋಗ್ಯ ಹಾಗೂ ವಾಣಿಜ್ಯಿಕ ವಲಯಗಳಲ್ಲಿ ರಿಯಲ್ ಎಸ್ಟೇಟ್‌ನ ಮಾರಾಟ ಹಾಗೂ ಬಾಡಿಗೆಗೆ ಅನ್ವಯಿಸುತ್ತದೆ. ವಾಣಿಜ್ಯಿಕ ರಿಯಲ್ ಎಸ್ಟೇಟ್‌ಗೆ, ಸಂಬಂಧಪಟ್ಟ ಹೆಚ್ಚುವರಿ ರಿಯಲ್ ಎಸ್ಟೇಟ್ ಗುಣಲಕ್ಷಣಗಳು ಬೇಕಾಗಿರುತ್ತವೆ.

ಸಂಭವನೀಯ ಖರೀದಿದಾರರು ಅಥವಾ ಬಾಡಿಗೆದಾರರ ಪರವಾಗಿಯೂ ಒಬ್ಬ ರಿಯಲ್ ಎಸ್ಟೇಟ್ ಏಜೆಂಟ್ ಇದ್ದಿರಬಹುದಾಗಿದ್ದು ಇದನ್ನು ಸಾಮಾನ್ಯವಾಗಿ ಗ್ರಾಹಕರು ಅವರಿಗೆ ಕಮಿಷನ್ ನೀಡುತ್ತಿದ್ದಲ್ಲಿ ಮಾಡಲಾಗುತ್ತದೆ.

ಭೌಗೋಳಿಕ ಪ್ರದೇಶಗಳಿಗೆ ಸಂಬಂಧಿಸಿದಂತೆ, ರಿಯಲ್ ಎಸ್ಟೇಟ್ ಹೊಂದಾಣಿಕೆಯ ಪೋರ್ಟಲ್ ಬಹುತೇಕ ಎಲ್ಲಾ ದೇಶಗಳಲ್ಲೂ ಅನ್ವಯವಾಗುತ್ತದೆ.

7. ಲಾಭಗಳು

ರಿಯಲ್ ಎಸ್ಟೇಟ್ ಹೊಂದಾಣಿಕೆ ಕ್ರಮವು ಖರೀದಿದಾರರು ಹಾಗೂ ಬಾಡಿಗೆದಾರರಿಗೆ ಅವರು ತಮ್ಮದೇ ಪ್ರದೇಶದಲ್ಲಿ (ನಿವಾಸ ಸ್ಥಳ) ನೋಡುತ್ತಿರಲಿ ಅಥವಾ ಕೆಲಸಕ್ಕೆ–ಸಂಬಂಧಿಸಿದ ಕಾರಣಗಳಿಗಾಗಿ ಬೇರೆ ನಗರ ಅಥವಾ ಪ್ರದೇಶಕ್ಕೆ ಹೋಗುತ್ತಿರಲಿ, ಅವರಿಗೆ ದೊಡ್ಡ ಪ್ರಯೋಜನವನ್ನು ನೀಡುತ್ತದೆ.

ಅವರು ತಾವು ಬಯಸಿದ ಪ್ರದೇಶದಲ್ಲಿ ಕೆಲಸ ಮಾಡುತ್ತಿರುವ ರಿಯಲ್ ಎಸ್ಟೇಟ್ ಏಜೆಂಟ್‌ಗಳಿಂದ ಹೊಂದಿಕೆಯಾಗುವ ಆಸ್ತಿಗಳ ಬಗ್ಗೆ ಮಾಹಿತಿ ಪಡೆಯಲು ಕೇವಲ ಒಂದು ಬಾರಿ ತಮ್ಮ ಸರ್ಚ್ ಪ್ರೊಫೈಲ್‌ಗಳನ್ನು ದಾಖಲಿಸಿದರೆ ಸಾಕು.

ರಿಯಲ್ ಎಸ್ಟೇಟ್ ಏಜೆಂಟ್‌ಗಳಿಗೆ ಇದು ದಕ್ಷತೆ ಹಾಗೂ ಸಮಯ ಉಳಿಸುವುದಕ್ಕೆ ಸಂಬಂಧಿಸಿದಂತೆ ಮುಖ್ಯವಾದ ಲಾಭಗಳನ್ನು ನೀಡುತ್ತದೆ.

ಅವರು ನೀಡಿದ ಪ್ರತಿಯೊಂದು ಆಸ್ತಿಗೂ ಸಂಭವನೀಯ ಆಸಕ್ತಿ ಹೊಂದಿದ ಪಕ್ಷಗಳ ಸಾಧ್ಯತೆ ಎಷ್ಟಿದೆಯೆಂದು ನೋಡಲು ಅವರಿಗೆ ಒಂದು ತಕ್ಷಣದ ಮುನ್ನೋಟ ದೊರಕುತ್ತದೆ.

ಅಲ್ಲದೇ ರಿಯಲ್ ಎಸ್ಟೇಟ್ ಏಜೆಂಟ್‌ಗಳು ತಮ್ಮ ಸರ್ಚ್ ಪ್ರೊಫೈಲ್ ಅನ್ನು ಅಳವಡಿಸುವಾಗ ತಮ್ಮ "ಕನಸಿನ" ಆಸ್ತಿಯ ಬಗ್ಗೆ ಕೆಲವು ನಿರ್ದಿಷ್ಟ

ವಿಚಾರಗಳನ್ನು ವ್ಯಕ್ತಪಡಿಸಿದ ಸಂಬಂಧಿತ ಉದ್ದೇಶಿತ ಸಮೂಹಗಳನ್ನು ನೇರವಾಗಿ ಸಂಪರ್ಕಿಸಬಹುದು. ಸಂಪರ್ಕವನ್ನು ಉದಾಹರಣೆಗೆ, ರಿಯಲ್ ಎಸ್ಟೇಟ್ ವರದಿಯನ್ನು ಕಳಿಸುವ ಮೂಲಕ ಸ್ಥಾಪಿಸಬಹುದು.

ಇದು ತಮಗೇನು ಬೇಕೆಂದು ತಿಳಿದಿರುವ ಆಸಕ್ತಿಯಿರುವ ಪಕ್ಷಗಳ ಜೊತೆಗೆ ಸಂಪರ್ಕದ ಗುಣಮಟ್ಟವನ್ನು ಹೆಚ್ಚಿಸುತ್ತದೆ. ಇದು ನಂತರದ ಆಸ್ತಿಯ ನೋಡುವಿಕೆಯ ನೇಮಕಾತಿಗಳ ಸಂಖ್ಯೆಯನ್ನು ಕಡಿಮೆ ಮಾಡುತ್ತದೆ ಹಾಗೂ ಇದು ಒಟ್ಟಾರೆಯಾಗಿ ದಳ್ಳಾಳಿಕೆ ಮಾಡಬೇಕಾದ ಮಾರುಕಟ್ಟೆಯ ಅವಧಿಯನ್ನೂ ಕಡಿಮೆ ಮಾಡುತ್ತದೆ.

ಸಂಭವನೀಯ ಖರೀದಿದಾರರು ಅಥವಾ ಬಾಡಿಗೆದಾರರು ಒದಗಿಸಬೇಕಾದ ಆಸ್ತಿಯನ್ನು ನೋಡಿದ ನಂತರ ಸಾಂಪ್ರದಾಯಿಕ ರಿಯಲ್ ಎಸ್ಟೇಟ್ ಮಾರುಕಟ್ಟೆಯಲ್ಲಿರುವಂತೆ ಖರೀದಿ, ಗುತ್ತಿಗೆ, ಅಥವಾ ಭೋಗ್ಯವನ್ನು ಸಮಾಪ್ತಿಗೊಳಿಸಬಹುದು.

8. ಮಾದರಿ ಲೆಕ್ಕಾಚಾರ (ಸಂಭವನೀಯ) - ಕೇವಲ ಮಾಲಕರಿರುವ ಮನೆಗಳು (ಬಾಡಿಗೆಯ ಒಪ್ಪಂದ ಅಥವಾ ಮನೆಗಳು ಅಥವಾ ವಾಣಿಜ್ಯಿಕ ಆಸ್ತಿಗಳಿಲ್ಲದಿರುವುದು)

ಕೆಳಗಿನ ಉದಾಹರಣೆಯು ರಿಯಲ್ ಎಸ್ಟೇಟ್ ಹೊಂದಾಣಿಕೆಯ ಪೋರ್ಟಲ್‌ನ ಸಾಧ್ಯತೆಗಳನ್ನು ಸ್ಪಷ್ಟವಾಗಿ ತೋರಿಸುತ್ತದೆ.

250, 000 ಜನಸಂಖ್ಯೆಯಿರುವ ಮೊಂಚೆಗ್ಲಾಡ್‌ಬಾಚ್‌ನಂಥ (ಜರ್ಮನಿ) ನಗರದಲ್ಲಿ ಅಂಕಿಶಾಸ್ತ್ರದ ಪ್ರಕಾರ ಪೂರ್ಣಗೊಳಿಸಲಾದ - ಸುಮಾರು 125, 000 ಮನೆಗಳಿವೆ (ಪ್ರತೀ ಮನೆಗೆ 2 ನಿವಾಸಿಗಳು) ಪುನರ್ವಸತಿಯ ಸರಾಸರಿ ದರ ಸುಮಾರು 10% ಆಗಿದೆ. ಇದರರ್ಥ ಪ್ರತೀ ವರ್ಷ 12, 500 ಮನೆಗಳು ಪುನರ್ವಸತಿಗೊಳ್ಳುತ್ತವೆ. ಮೊಂಚೆಗ್ಲಾಡ್‌ಬಾಚ್‌ಗೆ ಬರುವುದು ಹಾಗೂ ಅಲ್ಲಿಂದ ಹೋರಹೋಗುವ ಪ್ರಮಾಣಗಳನ್ನು ಇಲ್ಲಿ ಗಣನೆಗೆ ತೆಗೆದುಕೊಂಡಿಲ್ಲ. ಸುಮಾರು 10, 000 ಮನೆಗಳು (80%) ಬಾಡಿಗೆ ಆಸ್ತಿಗಳನ್ನು ಹುಡುಕುತ್ತವೆ ಹಾಗೂ ಸುಮಾರು 2, 500 ಮನೆಗಳು (20%) ಮಾರಾಟಕ್ಕಿರುವ ಆಸ್ತಿಗಳನ್ನು ಹುಡುಕುತ್ತವೆ.

ಮೊಂಚೆಗ್ಲಾಡ್‌ಬಾಚ್ ನಗರದ ಸಲಹಾ ಸಮತಿಯಿಂದ ಆಸ್ತಿ ಮಾರುಕಟ್ಟೆಯ ವರದಿಗೆ ಅನುಗುಣವಾಗಿ 2012ರಲ್ಲಿ 2, 613 ರಿಯಲ್ ಎಸ್ಟೇಟ್

ಖರೀದಿಗಳಿದ್ದವು. ಇದು ಈ ಹಿಂದೆ ಉಲ್ಲೇಖಿಸಿದ ಸಂಖ್ಯೆಯಾದ 2, 500 ಸಂಭವನೀಯ ಖರೀದಿದಾರರ ಸಂಖ್ಯೆಯನ್ನು ಧೃಢಪಡಿಸುತ್ತದೆ. ಇಲ್ಲಿ ಇನ್ನೂ ಹೆಚ್ಚಿರಬಹುದಾಗಿತ್ತು, ಆದರೆ ಎಲ್ಲ ಸಂಭವನೀಯ ಖರೀದಿದಾರರೂ ಅವರಿಗೆ ಅನುಕೂಲವಾದ ಆಸ್ತಿಯನ್ನು ಕಂಡುಕೊಳ್ಳುವುದು ಸಾಧ್ಯವಾಗಲಿಲ್ಲ. ನಿಜವಾಗಿಯೂ ಆಸಕ್ತಿ ಹೊಂದಿದ ಖರೀದಿದಾರರ ಸಂಖ್ಯೆ - ಅಥವಾ, ನಿರ್ದಿಷ್ಟವಾಗಿ ಸರ್ಚ್ ಪ್ರೊಫೈಲ್‌ಗಳ ಸಂಖ್ಯೆಯು ಸರಾಸರಿ ಪುನರ್ವಸತಿ ದರವಾದ 10%ಕ್ಕಿಂತ ಎರಡು ಪಟ್ಟು ಹೆಚ್ಚಿದೆಯೆಂದು ಅಂದಾಜಿಸಲಾಗಿದ್ದು ಇದು 25, 000 ಸರ್ಚ್ ಪ್ರೊಫೈಲ್‌ಗಳನ್ನು ಹೆಸರಿಸುತ್ತದೆ. ಇದು ರಿಯಲ್ ಎಸ್ಟೇಟ್ ಹೊಂದಾಣಿಕೆಯ ಪೋರ್ಟಲ್‌ನಲ್ಲಿ ಸಂಭವನೀಯ ಖರೀದಿದಾರರು ಒಂದಕ್ಕಿಂತ ಹೆಚ್ಚು ಸರ್ಚ್ ಪ್ರೊಫೈಲ್‌ಗಳನ್ನು ಹೊಂದಿರುವ ಸಾಧ್ಯತೆಯನ್ನೂ ಒಳಗೊಂಡಿರುತ್ತದೆ.

ಅನುಭವದ ಆಧಾರದ ಮೇಲೆ ಹೇಳುವುದಾದರೆ ಎಲ್ಲ ಸಂಭವನೀಯ ಖರೀದಿದಾರರಲ್ಲಿ ಸುಮಾರು ಅರ್ಧದಷ್ಟು ಜನರು ರಿಯಲ್ ಎಸ್ಟೇಟ್ ಏಜೆಂಟ್‌ಗಳ ಜೊತೆ ಕೆಲಸ ಮಾಡಿ ತಮ್ಮ ಆಸ್ತಿಯನ್ನು ಕಂಡುಕೊಂಡಿದ್ದಾರೆಂದು ಹೇಳುವುದು ಇಲ್ಲಿ ಸೂಕ್ತವಾಗಬಹುದು; ಇದು 6, 250ರವರೆಗಿನ ಮನೆಗಳನ್ನು ಸೇರಿಸುತ್ತದೆ.

ಹಿಂದಿನ ಅನುಭವಗಳು ಶೋಧನೆ ಮಾಡಿದ ಮನೆಗಳಲ್ಲಿ ಕನಿಷ್ಠ 70% ಅಂತರ್ಜಾಲದಲ್ಲಿನ ರಿಯಲ್ ಎಸ್ಟೇಟ್ ಪೋರ್ಟಲ್ ಮೂಲಕ ರಿಯಲ್ ಎಸ್ಟೇಟ್ ಅನ್ನು ಶೋಧಿಸಿದಿರುವುದು ಕಂಡುಬಂತು ಹಾಗೂ ಇದು ಒಟ್ಟು 8, 750 ಮನೆಗಳಾಗಿವೆ (17, 500 ಸರ್ಚ್ ಪ್ರೊಫೈಲ್‌ಗಳಿಗೆ ಸಂಬಂಧಿಸಿದೆ)

ಮೊಂಚೆಗ್ಲಾಡ್‌ಬಾಚ್‌ನಂಥ ನಗರದಲ್ಲಿ ಎಲ್ಲ ಸಂಭವನೀಯ ಖರೀದಿದಾರರು ಹಾಗೂ ಮಾರಾಟಗಾರರಲ್ಲಿ 30% ಜನರು ಅಂದರೆ 3, 750 ಮನೆಗಳವರು (7, 500 ಸರ್ಚ್ ಪ್ರೊಫೈಲ್‌ಗಳು) ಒಂದು ರಿಯಲ್ ಎಸ್ಟೇಟ್ ಹೊಂದಾಣಿಕೆಯ ಪೋರ್ಟಲ್ (ಆಪ್) ಜೊತೆ ಸರ್ಚ್ ಪ್ರೊಫೈಲ್ ಅಳವಡಿಸಿದ್ದಲ್ಲಿ ಸಂಪರ್ಕ ಹೊಂದಿದ ರಿಯಲ್ ಎಸ್ಟೇಟ್ ಏಜೆಂಟ್‌ಗಳು ಸಂಭವನೀಯ ಖರೀದಿದಾರರಿಗೆ ಸೂಕ್ತ ಆಸ್ತಿಗಳನ್ನು 1, 500 ನಿರ್ದಿಷ್ಟ ಸರ್ಚ್ ಪ್ರೊಫೈಲ್‌ಗಳ (20%) ಮೂಲಕ ಹಾಗೂ ಸಂಭವನೀಯ ಬಾಡಿಗೆದಾರರಿಗೆ 6, 000 ನಿರ್ದಿಷ್ಟ ಸರ್ಚ್ ಪ್ರೊಫೈಲ್‌ಗಳ (80%) ಮೂಲಕ ಒದಗಿಸಬಹುದು.

ಇದರರ್ಥ ಪ್ರತೀ ಸಂಭವನೀಯ ಖರೀದಿದಾರರು ಹಾಗೂ ಬಾಡಿಗೆದಾರರಿಗೆ 10 ತಿಂಗಳ ಸರಾಸರಿ ಶೋಧದ ಅವಧಿ ಹಾಗೂ ಪ್ರತೀ ತಿಂಗಳು 50 ಇಯುಆರ್ ಜೊತೆಗೆ 250, 000 ನಿವಾಸಿಗಳ ಒಂದು ನಗರಕ್ಕೆ ಪ್ರತೀ ವರ್ಷ ಇಯುಆರ್ 3, 750, 000ರ ಮಾರಾಟದ ಹಾಗೂ 7, 500 ಸರ್ಚ್ ಪ್ರೊಫೈಲ್‌ಗಳ ಸಾಧ್ಯತೆಗಳಿವೆ ಎಂದಾಗಿದೆ.

ಇದನ್ನು 80, 000, 000 (80 ದಶಲಕ್ಷ) ಜನಸಂಖ್ಯೆಯಿರುವ ಸಂಪೂರ್ಣ ಜರ್ಮನಿಯ ನಿವಾಸಿಗಳಿಗೆ ಅನ್ವಯಿಸಿದಲ್ಲಿ ಇದು ಪ್ರತೀ ವರ್ಷ ಇಯುಆರ್ 1, 200, 000, 000 (ಇಯುಆರ್ 1. 2 ಬಿಲಿಯನ್) ಆಗುತ್ತದೆ. ಒಂದೊಮ್ಮೆ 30% ಬದಲು ಎಲ್ಲ ಖರೀದಿದಾರರು ಹಾಗೂ ಬಾಡಿಗೆದಾರರಲ್ಲಿ 40% ಜನರು ತಮ್ಮ ರಿಯಲ್ ಎಸ್ಟೇಟ್‌ಗೆ ರಿಯಲ್ ಎಸ್ಟೇಟ್ ಹೊಂದಾಣಿಕೆಯ ಪೋರ್ಟಲ್ ಮೂಲಕ ಶೋಧಿಸಿದ್ದಲ್ಲಿ ಮಾರಾಟದ ಸಾಧ್ಯತೆ ಪ್ರತೀ ವರ್ಷ ಇಯುಆರ್ 1, 600, 000, 000ಗೆ (ಇಯುಆರ್ 1. 6 ಬಿಲಿಯನ್) ಹೆಚ್ಚುತ್ತದೆ.
ಮಾರಾಟದ ಸಾಧ್ಯತೆ ಕೇವಲ ಮಾಲಕರಿರುವ ಅಪಾರ್ಟ್‌ಮೆಂಟ್ ಹಾಗೂ ಮನೆಗಳನ್ನು ಮಾತ್ರ ಉಲ್ಲೇಖಿಸುತ್ತದೆ. ನಿವಾಸಯೋಗ್ಯ ರಿಯಲ್ ಎಸ್ಟೇಟ್ ವಲಯ ಹಾಗೂ ಒಟ್ಟೂ ವಾಣಿಜ್ಯಿಕ ರಿಯಲ್ ಎಸ್ಟೇಟ್ ವಲಯದಲ್ಲಿನ ಬಾಡಿಗೆಯ ಹಾಗೂ ಹೂಡಿಕೆಯ ಆಸ್ತಿಗಳನ್ನು ಸಂಭವನೀಯತೆಯ ಲೆಕ್ಕಚಾರದಲ್ಲಿ ಸೇರಿಸಿಲ್ಲ.

ಜರ್ಮನಿಯಲ್ಲಿ ಸುಮಾರು 50, 000 ಕಂಪನಿಗಳು ರಿಯಲ್ ಎಸ್ಟೇಟ್ ದಳ್ಳಾಳಿಕೆಯ ವ್ಯಾಪಾರದಲ್ಲಿದ್ದು (ರಿಯಲ್ ಎಸ್ಟೇಟ್ ಏಜೆನ್ಸಿಗಳು, ನಿರ್ಮಾಣ ಸಂಸ್ಥೆಗಳು, ರಿಯಲ್ ಎಸ್ಟೇಟ್ ವ್ಯಾಪಾರಿಗಳು, ಹಾಗೂ ಇತರ ರಿಯಲ್ ಎಸ್ಟೇಟ್ ಕಂಪನಿಗಳು), ಸುಮಾರು 200, 000 ಉದ್ಯೋಗಿಗಳು ಹಾಗೂ ಈ 50, 000 ಕಂಪನಿಗಳಲ್ಲಿ 20%ರಷ್ಟು ಸರಾಸರಿ 2 ಪರವಾನಗಿಗಳ ಜೊತೆ

ರಿಯಲ್ ಎಸ್ಟೇಟ್ ಹೊಂದಾಣಿಕೆಯ ಪೋರ್ಟಲ್ ಅನ್ನು ಬಳಸಿದಲ್ಲಿ, ಫಲಿತಾಂಶವು ಪ್ರತೀ ವರ್ಷಕ್ಕೆ (ಪ್ರತೀ ಪರವಾನಗಿಗೆ ಇಯುಆರ್ 300ರ ಮಾದರಿ ದರವನ್ನು ಅನ್ವಯಿಸಿದಲ್ಲಿ) ಇಯುಆರ್ 72, 000, 000 (ಇಯುಆರ್ 72 ದಶಲಕ್ಷ) ಆಗಿರುತ್ತದೆ. ಇದಲ್ಲದೇ ಸ್ಥಳೀಯ ಸರ್ಚ್ ಪ್ರೊಫೈಲ್‌ಗಳ ಒಂದು ಪ್ರಾದೇಶಿಕ ಬುಕಿಂಗ್ ಅನ್ನು ಅಳವಡಿಸಿದಲ್ಲಿ, ವಿನ್ಯಾಸವನ್ನು ಅವಲಂಬಿಸಿ ಒಂದು ಗಮನಾರ್ಹ ಹೆಚ್ಚುವರಿ ಮಾರಾಟದ ಸಂಭವನೀಯತೆಯನ್ನು ಉತ್ಪಾದಿಸಬಹುದು.

ನಿರ್ದಿಷ್ಟ ಸರ್ಚ್ ಪ್ರೊಫೈಲ್‌ಗಳಿರುವ ಸಂಭವನೀಯ ಖರೀದಿದಾರರು ಹಾಗೂ ಬಾಡಿಗೆದಾರರ ಅಸೀಮ ಸಾಧ್ಯತೆಗಳ ಜೊತೆ ರಿಯಲ್ ಎಸ್ಟೇಟ್ ಏಜೆಂಟ್‌ಗಳು ಇನ್ನು ಮುಂದೆ ತಮ್ಮ ಆಸಕ್ತಿ ಹೊಂದಿದ ಪಕ್ಷಗಳ ಸ್ವಂತ ಡೇಟಾಬೇಸ್ ಅನ್ನು ಹೊಂದಿದ್ದಲ್ಲಿ ಅದನ್ನು ಉನ್ನತೀಕರಿಸಬೇಕೆಂದಿಲ್ಲ. ಇದಲ್ಲದೇ, ಪ್ರಸ್ತುತ ಇರುವ ಸರ್ಚ್ ಪ್ರೊಫೈಲ್‌ಗಳ ಸಂಖ್ಯೆಯು ಅನೇಕ ರಿಯಲ್ ಎಸ್ಟೇಟ್ ಏಜೆಂಟ್‌ಗಳು ತಮ್ಮದೇ ಸ್ವಂತ ಡೇಟಾಬೇಸ್‌ನಲ್ಲಿ ಹೊಂದಿರುವ ಸರ್ಚ್ ಪ್ರೊಫೈಲ್‌ಗಳ ಸಂಖ್ಯೆಯನ್ನು ಮೀರುವ ಸಾಧ್ಯತೆ ಹೆಚ್ಚಿರುತ್ತದೆ.

ಈ ನಾವೀನ್ಯತೆಯಿರುವ ರಿಯಲ್ ಎಸ್ಟೇಟ್ ಹೊಂದಾಣಿಕೆಯ ಪೋರ್ಟಲ್ ಅನ್ನು ಅನೇಕ ದೇಶಗಳಲ್ಲಿ ಬಳಸಬಹುದಾದಲ್ಲಿ, ಉದಾಹರಣೆಗೆ ಜರ್ಮನಿಯ

ಸಂಭವನೀಯ ಖರೀದಿದಾರರು ಮಜೋರ್ಕಾದ (ಸ್ಪೇನ್) ಮೆಡಿಟೇರಿನಿಯನ್ ದ್ವೀಪಗಳಲ್ಲಿ ವೆಕೇಷನ್ ಅಪಾರ್ಟ್‌ಮೆಂಟ್‌ಗಳಿಗೆ ಒಂದು ಸರ್ಚ್ ಪ್ರೊಫೈಲ್ ತಯಾರಿಸಬಹುದು ಹಾಗೂ ಮಜೋರ್ಕಾದಲ್ಲಿರುವ ಸಂಪರ್ಕ ಹೊಂದಿದ ರಿಯಲ್ ಎಸ್ಟೇಟ್ ಏಜೆಂಟ್‌ಗಳು ಇಮೇಲ್ ಮೂಲಕ ಜರ್ಮನ್ ಗ್ರಾಹಕರಿಗೆ ಹೊಂದಾಣಿಕೆಯ ಅಪಾರ್ಟ್‌ಮೆಂಟ್‌ಗಳನ್ನು ಒದಗಿಸಬಹುದು. ವರದಿಗಳು ಸ್ಪಾನಿಷ್‌ನಲ್ಲಿದ್ದಲ್ಲಿ, ಸಂಭವನೀಯ ಬಾಡಿಗೆದಾರರು ಅದನ್ನು ಶೀಘ್ರವಾಗಿ ಜರ್ಮನ್‌ಗೆ ಅನುವಾದಿಸಲು ಈ ದಿನಗಳಲ್ಲಿ ಅಂತರ್ಜಾಲದ ಯಾವುದಾದರೂ ಅನುವಾದ ತಂತ್ರಾಂಶವನ್ನು ಬಳಸಿಕೊಳ್ಳಬಹುದು.

ಭಾಷಾ ಅಡೆತಡೆಗಳಿಲ್ಲದೇ ಲಭ್ಯವಿರುವ ಆಸ್ತಿಗಳಿಗೆ ಶೋಧದ ಪ್ರೊಫೈಲ್‌ಗಳನ್ನು ಸ್ಥಾಪಿಸಲು ಅನುಕೂಲವಾಗುವಂತೆ ಕಾರ್ಯಕ್ರಮಗೊಳಿಸಿದ (ಗಣಿತದ) ಗುಣಲಕ್ಷಣಗಳನ್ನು ಆಧರಿಸಿ ಸಂಬಂಧಪಟ್ಟ ಗುಣಲಕ್ಷಣಗಳ ಒಂದು ಹೊಂದಾಣಿಕೆಯನ್ನು ರಿಯಲ್ ಎಸ್ಟೇಟ್ ಹೊಂದಾಣಿಕೆಯ ಪೋರ್ಟಲ್‌ನಲ್ಲಿ ಭಾಷೆ ಯಾವುದೇ ಇದ್ದರೂ ಮಾಡಿಕೊಳ್ಳಬಹುದು ಹಾಗೂ ಭಾಷೆಯನ್ನು ಕೊನೆಯಲ್ಲಿ ನಿಯೋಜಿಸಬಹುದು.

ಎಲ್ಲ ಖಂಡಗಳಲ್ಲೂ ರಿಯಲ್ ಎಸ್ಟೇಟ್ ಹೊಂದಾಣಿಕೆಯ ಪೋರ್ಟಲ್ ಅನ್ನು ಬಳಸುವಾಗ ಈ ಹಿಂದೆ ಉಲ್ಲೇಖಿಸಿದ ಮಾರಾಟ ಸಾಧ್ಯತೆಗಳನ್ನು (ಕೇವಲ

ಶೋಧನೆಯಲ್ಲಿ ಆಸಕ್ತಿ ಹೊಂದಿದವರಿಗೆ ಮಾತ್ರ) ಅನ್ವಯಿಸಿದಲ್ಲಿ ಅವು ಈ

ಕೆಳಗಿನಂತೆ ಕಾಣುತ್ತವೆ.

ಜಾಗತಿಕ ಜನಸಂಖ್ಯೆ

7, 500, 000, 000 (7. 5 ಶತಕೋಟಿ) ನಿವಾಸಿಗಳು

1. ಔದ್ಯೋಗೀಕರಣಗೊಳಿಸಿದ   ದೇಶಗಳು   ಹಾಗೂ   ಬೃಹತ್

    ಔದ್ಯೋಗೀಕರಣಗೊಂಡ ದೇಶಗಳು :

    2, 000, 000, 000 (2. 0 ಶತಕೋಟಿ) ನಿವಾಸಿಗಳು

2. ಉದ್ಭವಿಸುತ್ತಿರುವ ದೇಶಗಳಲ್ಲಿನ ಜನಸಂಖ್ಯೆ :

    4, 000, 000, 000 (4. 0 ಶತಕೋಟಿ) ನಿವಾಸಿಗಳು

3. ಅಭಿವೃದ್ಧಿ ಹೊಂದುತ್ತಿರುವ ದೇಶಗಳಲ್ಲಿನ ಜನಸಂಖ್ಯೆ :

    1, 500, 000, 000 (1. 5 ಶತಕೋಟಿ) ನಿವಾಸಿಗಳು

80 ದಶಲಕ್ಷ ನಿವಾಸಿಗಳ ಜೊತೆಗೆ ಜರ್ಮನಿಯ ವಾರ್ಷಿಕ ಮಾರಾಟ

ಸಾಧ್ಯತೆಗಳನ್ನು   ಪರಿವರ್ತಿಸಿ   ಇಯುಆರ್ 1. 2   ಶತಕೋಟಿಯಾಗಿ

ಸೂಚಿಸಲಾಗಿದೆ ಹಾಗೂ ಔದ್ಯೋಗೀಕರಣಗೊಂಡ, ಉದ್ಭವಿಸುತ್ತಿರುವ, ಹಾಗೂ ಅಭಿವೃದ್ಧಿ ಹೊಂದಿದ ದೇಶಗಳಲ್ಲಿ ಈ ಕೆಳಗಿನ ಊಹಿಸಿದ ಅಂಶಗಳಿವೆ :

1. ಔದ್ಯೋಗೀಕರಣಗೊಂಡ ದೇಶಗಳು :   1, 0

2. ಉದ್ಭವಿಸುತ್ತಿರುವ ದೇಶಗಳು :   0, 4

3. ಉದ್ಭವಿಸುತ್ತಿರುವ ದೇಶಗಳು :   0, 1

ಫಲಿತಾಂಶವು ಕೆಳಗಿನ ವಾರ್ಷಿಕ ಮಾರಾಟ ಪ್ರಕ್ರಿಯೆಯಾಗಿದೆ (ಇಯುಆರ್ 1. 2 ಶತಕೋಟಿ ಎಕ್ಸ್ ಜನಸಂಖ್ಯೆ (ಔದ್ಯೋಗೀಕರಣಗೊಂಡ, ಉದ್ಭವಿಸುತ್ತಿರುವ, ಅಥವಾ ಅಭಿವೃದ್ಧಿ ಹೊಂದುತ್ತಿರುವ ದೇಶಗಳು) / 80 ದಶಲಕ್ಷ ನಿವಾಸಿಗಳು ಎಕ್ಸ್ ಫ್ಯಾಕ್ಟರ್)

1. ಔದ್ಯೋಗೀಕರಣಗೊಂಡ

ದೇಶಗಳು: ಇಯುಆರ್ 30. 00 ಶತಕೋಟಿ

2. ಉದ್ಭವಿಸುತ್ತಿರುವ

ದೇಶಗಳು: ಇಯುಆರ್ 24. 00 ಶತಕೋಟಿ

3. ಅಭಿವೃದ್ಧಿ ಹೊಂದುತ್ತಿರುವ

ದೇಶಗಳು: ಇಯುಆರ್ 2. 25 ಶತಕೋಟಿ

ಒಟ್ಟು **ಇಯುಆರ್ 56. 25 ಶತಕೋಟಿ**

9 ತೀರ್ಮಾನ

ರಿಯಲ್ ಎಸ್ಟೇಟ್ ಹೊಂದಾಣಿಕೆಯ ಪೋರ್ಟಲ್ ರಿಯಲ್ ಎಸ್ಟೇಟ್‌ಗಾಗಿ ಹುಡುಕುತ್ತಿರುವವರು (ಆಸಕ್ತಿ ಹೊಂದಿದವರು) ಹಾಗೂ ರಿಯಲ್ ಎಸ್ಟೇಟ್ ಏಜೆಂಟ್‌ಗಳಿಗೆ ಗಣನೀಯ ಲಾಭಗಳನ್ನು ನೀಡುತ್ತದೆ.

1. ಆಸಕ್ತಿ ಹೊಂದಿದವರು ತಮ್ಮ ಪ್ರೊಫೈಲ್ ಅನ್ನು ಒಂದೇ ಬಾರಿ ರಚಿಸಬೇಕಿರುವುದರಿಂದ ಅವರಿಗೆ ಸೂಕ್ತ ಆಸ್ತಿಗಳನ್ನು ಹುಡುಕಲು ತೆಗೆದುಕೊಳ್ಳುವ ಸಮಯ ಗಣನೀಯವಾಗಿ ಕಡಿಮೆಯಾಗುತ್ತದೆ.

2. ರಿಯಲ್ ಎಸ್ಟೇಟ್ ಏಜೆಂಟ್ ಸಂಭವನೀಯ ಖರೀದಿದಾರರು ಹಾಗೂ ಬಾಡಿಗೆದಾರರ ಒಟ್ಟಾರೆ ನೋಟವನ್ನು ಪಡೆಯುತ್ತಾರೆ ಹಾಗೂ ಇದು ಅವರ ನಿರ್ದಿಷ್ಟ ಅಗತ್ಯಗಳ ಮೇಲಿನ (ಸರ್ಚ್ ಪ್ರೊಫೈಲ್) ಮಾಹಿತಿಯನ್ನು ಒಳಗೊಂಡಿರುತ್ತದೆ.

3. ಆಸಕ್ತಿ ಹೊಂದಿದ ಪಕ್ಷಗಳು ಎಲ್ಲ ರಿಯಲ್ ಎಸ್ಟೇಟ್ ಏಜೆಂಟ್‌ಗಳಿಂದ (ಸ್ವಯಂಚಾಲಿತ ಪೂರ್ವ–ಆಯ್ಕೆಯಂತೆ) ಕೇವಲ ಬಯಸಿದ ಅಥವಾ ಹೊಂದುವ ಆಸ್ತಿಗಳನ್ನು ಮಾತ್ರ (ಸರ್ಚ್ ಪ್ರೊಫೈಲ್ ಅನ್ನು ಆಧರಿಸಿದೆ) ಪಡೆಯುತ್ತಾರೆ.

4. ಅನೇಕ ಪ್ರಸ್ತುತ ಸರ್ಚ್ ಪ್ರೊಫೈಲ್‌ಗಳು ಶಾಶ್ವತವಾಗಿ ಲಭ್ಯವಿರುವುದರಿಂದ ರಿಯಲ್ ಎಸ್ಟೇಟ್ ಏಜೆಂಟ್‌ಗಳು ತಮ್ಮದೇ

ಸರ್ಚ್ ಪ್ರೊಫೈಲ್‌ಗಳ ಡೇಟಾಬೇಸ್‌ಗಳನ್ನು ಕಾಯ್ದುಕೊಳ್ಳುವ ಪ್ರಯತ್ನಗಳನ್ನು ಕಡಿಮೆ ಮಾಡುತ್ತಾರೆ.

5. ಕೇವಲ ವಾಣಿಜ್ಯಿಕ ಪೂರೈಕೆದಾರರು ರಿಯಲ್ ಎಸ್ಟೇಟ್ ಏಜೆಂಟ್‌ಗಳು ಮಾತ್ರ ರಿಯಲ್ ಎಸ್ಟೇಟ್ ಹೊಂದಾಣಿಕೆಯ ಪೋರ್ಟಲ್‌ಗೆ ಸಂಪರ್ಕ ಹೊಂದಿರುವುದರಿಂದ ಸಂಭವನೀಯ ಖರೀದಿದಾರರು ಅಥವಾ ಬಾಡಿಗೆದಾರರು ಅನುಭವಸ್ಥ ರಿಯಲ್ ಎಸ್ಟೇಟ್ ಏಜೆಂಟ್‌ಗಳ ಜೊತೆ ಕೆಲಸ ಮಾಡಬಹುದು.

6. ರಿಯಲ್ ಎಸ್ಟೇಟ್ ಏಜೆಂಟ್‌ಗಳು ತಮ್ಮ ನೋಡುವ ಅಪಾಯಿಂಟ್‌ಮೆಂಟ್‌ಗಳ ಸಂಖ್ಯೆಯನ್ನು ಹಾಗೂ ಒಟ್ಟಾರೆ ಮಾರುಕಟ್ಟೆಯ ಅವಧಿಯನ್ನು ಕಡಿಮೆ ಮಾಡಿಕೊಳ್ಳುತ್ತಾರೆ. ಇದಕ್ಕೆ ಪ್ರತಿಯಾಗಿ ಸಂಭವನೀಯ ಖರೀದಿದಾರರು ಅಥವಾ ಬಾಡಿಗೆದಾರರಿಗೆ ನೋಡುವ ಅಪಾಯಿಂಟ್‌ಮೆಂಟ್‌ಗಳ ಸಂಖ್ಯೆ ಹಾಗೂ ಒಂದು ತೀರ್ಮಾನಿಸಿದ ಖರೀದಿಯ ಒಪ್ಪಂದ ಅಥವಾ ಮಾರಾಟದ ಅಥವಾ ಭೋಗ್ಯದ ಸಮಯವೂ ಕಡಿಮೆಯಾಗುತ್ತದೆ.

7. ಮಾರಾಟ ಮಾಡುವ ಅಥವಾ ಬಾಡಿಗೆ ನೀಡುವ ಆಸ್ತಿಗಳ ಮಾಲಕರೂ ಸಮಯ ಉಳಿಸುತ್ತಾರೆ. ಬೇಗನೇ ಬಾಡಿಗೆ ನೀಡುವ ಅಥವಾ ಮಾರಾಟ ನೀಡುವ ಪರಿಣಾಮವಾಗಿ ಬಾಡಿಗೆಯ ಆಸ್ತಿಗಳಿಗೆ ಕಡಿಮೆ ಖಾಲಿಯಿರುವ ಸಮಯ ಹಾಗೂ ಮಾರಾಟಕ್ಕಿರುವ

ಆಸ್ತಿಗಳಿಗೆ ಶೀಘ್ರ ಖರೀದಿಯ ಪಾವತಿಯಿಂದ ಇನ್ನೂ ಹೆಚ್ಚಿನ ಹಣಕಾಸಿನ ಲಾಭಗಳಿವೆ.

ರಿಯಲ್ ಎಸ್ಟೇಟ್ ಹೊಂದಾಣಿಕೆಯಲ್ಲಿ ಈ ಪರಿಕಲ್ಪನೆಯನ್ನು ಅಳವಡಿಸುವ ಮೂಲಕ ರಿಯಲ್ ಎಸ್ಟೇಟ್ ದಳ್ಳಾಳಿಕೆಯಲ್ಲಿ ಗಣನೀಯ ಪ್ರಗತಿಯನ್ನು ಸಾಧಿಸಬಹುದು.

10. ರಿಯಲ್ ಎಸ್ಟೇಟ್ ಹೊಂದಾಣಿಕೆಯ ಪೋರ್ಟಲ್ ಅನ್ನು ಹೊಸ ರಿಯಲ್ ಎಸ್ಟೇಟ್ ಏಜೆನ್ಸಿ ತಂತ್ರಾಂಶದ ಜೊತೆ ಏಕೀಕರಣಗೊಳಿಸುವುದು, ರಿಯಲ್ ಎಸ್ಟೇಟ್ ಮೌಲ್ಯಮಾಪನವನ್ನೂ ಒಳಗೊಂಡಂತೆ

ಅಂತಿಮ ಹೇಳಿಕೆಯಾಗಿ ಇಲ್ಲಿ ವಿವರಿಸಿದ ರಿಯಲ್ ಎಸ್ಟೇಟ್ ಹೊಂದಾಣಿಕೆಯ ಪೋರ್ಟಲ್ ಪ್ರಾರಂಭದಿಂದಲೇ ಒಂದು ಹೊಸ – ಸಾಧ್ಯವಾದಲ್ಲಿ ಜಾಗತಿಕವಾಗಿ ಲಭ್ಯವಿರುವ – ರಿಯಲ್ ಎಸ್ಟೇಟ್ ಏಜೆನ್ಸಿ ತಂತ್ರಾಂಶದ ಪರಿಹಾರವಾಗಬಹುದು. ಇದರರ್ಥ ರಿಯಲ್ ಎಸ್ಟೇಟ್ ಏಜೆಂಟ್‌ಗಳು ರಿಯಲ್ ಎಸ್ಟೇಟ್ ಹೊಂದಾಣಿಕೆಯ ಪೋರ್ಟಲ್ ಅನ್ನು ಅವರ ಈಗಿರುವ ರಿಯಲ್ ಎಸ್ಟೇಟ್ ಏಜೆನ್ಸಿ ತಂತ್ರಾಂಶ ಪರಿಹಾರಗಳ ಜೊತೆಗೆ ಬಳಸಬಹುದು ಅಥವಾ ರಿಯಲ್ ಎಸ್ಟೇಟ್ ಹೊಂದಾಣಿಕೆಯ ಪೋರ್ಟಲ್ ಅನ್ನೂ ಒಳಗೊಂಡಂತೆ ಹೊಸ ರಿಯಲ್ ಎಸ್ಟೇಟ್ ಏಜೆನ್ಸಿ ತಂತ್ರಾಂಶವನ್ನು ಬಳಸಬಹುದು.

ಈ ದಕ್ಷವಾದ ಹಾಗೂ ನಾವೀನ್ಯಪೂರ್ಣವಾದ ರಿಯಲ್ ಎಸ್ಟೇಟ್ ಹೊಂದಾಣಿಕೆಯ ಪೋರ್ಟಲ್ ಅನ್ನು ಹೊಸ ರಿಯಲ್ ಎಸ್ಟೇಟ್ ಏಜೆನ್ಸಿ ತಂತ್ರಾಂಶದಲ್ಲಿ ಏಕೀಕರಣಗೊಳಿಸುವ ಮೂಲಕ ರಿಯಲ್ ಎಸ್ಟೇಟ್ ಏಜೆನ್ಸಿ ತಂತ್ರಾಂಶಕ್ಕೆ ಒಂದು ಮೂಲಭೂತ ವಿಶಿಷ್ಟವಾದ ಮಾರಾಟದ ಅಂಶವು

ದೊರಕುತ್ತದೆ ಹಾಗೂ ಇದು ಮಾರುಕಟ್ಟೆಯನ್ನು ಭೇಧಿಸಲು ಅವಶ್ಯಕವಾಗಿರುತ್ತದೆ.

ರಿಯಲ್ ಎಸ್ಟೇಟ್ ಮೌಲ್ಯಮಾಪನವು ರಿಯಲ್ ಎಸ್ಟೇಟ್ ಏಜೆನ್ಸಿಯ ಒಂದು ಅವಶ್ಯಕ ಭಾಗವಾಗಿರುವುದರಿಂದ ರಿಯಲ್ ಎಸ್ಟೇಟ್ ಏಜೆನ್ಸಿ ತಂತ್ರಾಂಶವು ಒಂದು ಏಕೀಕೃತ ರಿಯಲ್ ಎಸ್ಟೇಟ್ ಮೌಲ್ಯಮಾಪನದ ಸಾಧನವಾಗಬೇಕು. ರಿಯಲ್ ಎಸ್ಟೇಟ್ ಮೌಲ್ಯಮಾಪನವು ಸಂಬಂಧಿಸಿದ ರಿಯಲ್ ಎಸ್ಟೇಟ್ ಏಜೆನ್ಸಿಯ ನಮೂದಿತ/ಉಳಿಸಿದ ಆಸ್ತಿಗಳಿಂದ ಸೂಕ್ತವಾದ ದತ್ತಾಂಶದ ಮಾನದಂಡಗಳನ್ನು ಪಡೆಯಬಹುದು. ಇದಲ್ಲದೇ ರಿಯಲ್ ಎಸ್ಟೇಟ್ ಏಜೆಂಟ್ ತನ್ನದೇ ಸ್ವಂತ ಪ್ರಾದೇಶಿಕ ಮಾರುಕಟ್ಟೆಯ ಜೊತೆಗೆ ತಪ್ಪಿದ ಮಾನದಂಡಗಳನ್ನು ಸರಿಪಡಿಸಿಕೊಳ್ಳಬಹುದು.

ಅಲ್ಲದೇ, ರಿಯಲ್ ಎಸ್ಟೇಟ್ ಏಜೆನ್ಸಿ ತಂತ್ರಾಂಶವು ಲಭ್ಯವಿರುವ ಆಸ್ತಿಗಳ ವರ್ಚ್ಯುಅಲ್ ರಿಯಲ್ ಎಸ್ಟೇಟ್ ಅನ್ನು ಏಕೀಕರಣಗೊಳಿಸುವ ಆಯ್ಕೆಯನ್ನೂ ಹೊಂದಿರಬೇಕು. ಇದನ್ನು ಮೊಬೈಲ್ ಫೋನ್‌ಗಳು ಹಾಗೂ/ಅಥವಾ ಟ್ಯಾಬ್‌ಗಳಿಗೆ ಒಂದು ಹೆಚ್ಚುವರಿ ಆಪ್ ಅನ್ನು ಅಭಿವೃದ್ಧಿಪಡಿಸುವ ಮೂಲಕ ಸುಲಭವಾಗಿ ಸ್ಥಾಪಿಸಬಹುದಾಗಿದ್ದು ಇದು ವರ್ಚ್ಯುಅಲ್ ರಿಯಲ್ ಎಸ್ಟೇಟ್ ಟೂರ್

ಅನ್ನು - ಬಹುತೇಕವಾಗಿ ಸ್ವಯಂಚಾಲಿತವಾಗಿ - ರಿಯಲ್ ಎಸ್ಟೇಟ್ ಏಜೆನ್ಸಿ ತಂತ್ರಾಂಶಗಳಲ್ಲಿ ಏಕೀಕರಣಗೊಳಿಸಬಹುದು.

ಈ ದಕ್ಷವಾದ ಹಾಗೂ ನಾವೀನ್ಯಪೂರ್ಣವಾದ ರಿಯಲ್ ಎಸ್ಟೇಟ್ ಹೊಂದಾಣಿಕೆಯ ಪೋರ್ಟಲ್ ಅನ್ನು ರಿಯಲ್ ಎಸ್ಟೇಟ್ ಮೌಲ್ಯಾಂಕನದ ಜೊತೆಗೆ ಹೊಸ ರಿಯಲ್ ಎಸ್ಟೇಟ್ ಏಜೆನ್ಸಿ ತಂತ್ರಾಂಶದಲ್ಲಿ ಏಕೀಕರಣಗೊಳಿಸಿದಲ್ಲಿ ಸಂಭವನೀಯ ಮಾರಾಟದ ಸಾಧ್ಯತೆ ಮತ್ತಷ್ಟು ಹೆಚ್ಚುತ್ತದೆ.

ಮಾಥಿಯಾಸ್ ಫೀಲ್ಡರ್

ಕೋರ್ಷೆನ್‌ಬ್ರಾಯಿಚ್, 10/31/2016

ಮಾಥಿಯಾಸ್ ಫೀಲ್ಡರ್

ಎರಿಕಾ-ವಾನ್-ಬ್ರಾಕ್‌ಡಾರ್ಫ್-ಎಸ್‌ಟಿಆರ್. 19

41352 ಕೋರ್ಷೆನ್‌ಬ್ರಾಯಿಚ್

ಜರ್ಮನಿ

www.matthiasfiedler.net

www.ingramcontent.com/pod-product-compliance
Lightning Source LLC
Chambersburg PA
CBHW071525210326
41597CB00018B/2900